Published by Mantra Lingua
5, Alexandra Grove, London N12 8NU
www.mantralingua.com

ਫ਼ਲੌਪੀ ਹਨੇਰੇ ਵਿਚ

Floppy
in the Dark

Guido Van Genechten

mantra

ਗਰਮੀਆਂ ਦਾ ਮੌਸਮ ਇੰਨਾ ਜ਼ਿਆਦਾ ਗਰਮ ਸੀ ਕਿ ਗਾਜਰਾਂ ਦੀਆਂ ਮਿੱਠੀਆਂ ਕੁਲਫ਼ੀਆਂ ਪਹਿਲੀ ਵਾਰ ਚੱਟਣ ਤੋਂ ਪਹਿਲਾਂ ਹੀ ਪਿਘਲ ਜਾਂਦੀਆਂ ਸਨ। ਦਿਨ ਵੇਲੇ ਖ਼ਰਗੋਸ਼ ਆਪਣੇ ਆਪ ਨੂੰ ਪਾਣੀ ਵਿਚ ਠੰਢੇ ਕਰਦੇ ਸਨ ਅਤੇ ਰਾਤ ਨੂੰ ਉਹ ਤੰਬੂਆਂ 'ਚੋਂ ਬਾਹਰ ਸੌਂਦੇ ਸਨ। ਫ਼ਲੌਪੀ ਵੀ ਬਾਹਰ ਸੌਣਾ ਚਾਹੁੰਦਾ ਸੀ।

The Summer was so hot that the sweet carrot ices melted before the first lick. During the day the rabbits cooled down in the water and at night they slept outside, in tents.
Floppy wanted to sleep outside too.

"ਤੈਨੂੰ ਇਕੱਲੇ ਨੂੰ ਡਰ ਨਹੀਂ ਲੱਗੇਗਾ?" ਡੈਡ ਨੇ ਪੁੱਛਿਆ।
"ਮੈਨੂੰ ਡਰ ਨਹੀਂ ਲੱਗੇਗਾ," ਫ਼ਲੌਪੀ ਨੇ ਬਹਾਦਰੀ ਨਾਲ ਕਿਹਾ।

"Won't you be scared all alone?"
asked dad.
"I won't be scared," said Floppy bravely.

Three strong branches and one old blanket was all it took to
make a tent. Putting it up wasn't easy but Floppy knew how.
"Won't you be scared all alone?" asked mum.
"I won't be scared," said Floppy bravely.

ਤੰਬੂ ਬਣਾਉਣ ਲਈ ਤਿੰਨ ਮਜ਼ਬੂਤ ਟਹਿਣੀਆਂ ਅਤੇ ਇਕ ਕੰਬਲ ਦੀ ਹੀ ਲੋੜ ਸੀ।
ਤੰਬੂ ਲਾਉਣਾ ਸੌਖਾ ਨਹੀਂ ਸੀ, ਪਰ ਫ਼ਲੌਪੀ ਨੂੰ ਇਹ ਕੰਮ ਕਰਨਾ ਆਉਂਦਾ ਸੀ।
"ਤੈਨੂੰ ਇਕੱਲੇ ਨੂੰ ਡਰ ਨਹੀਂ ਲੱਗੇਗਾ?" ਮੰਮੀ ਨੇ ਪੁੱਛਿਆ।
"ਮੈਨੂੰ ਡਰ ਨਹੀਂ ਲੱਗੇਗਾ," ਫ਼ਲੌਪੀ ਨੇ ਬਹਾਦਰੀ ਨਾਲ ਕਿਹਾ।

Soon it was time for bed.
Mum gave Floppy a torch and LOTS of kisses.

ਛੇਤੀ ਸੌਣ ਦਾ ਸਮਾਂ ਹੋ ਗਿਆ।
ਮੰਮੀ ਨੇ ਫ਼ਲੌਪੀ ਨੂੰ ਟਾਰਚ ਦਿੱਤੀ ਬਹੁਤ ਸਾਰੇ ਚੁੰਮੇ ਕੀਤੇ।

ਫ਼ਲੌਪੀ ਨੇ ਸੋਚਿਆ ਕਿ ਕੋਈ ਹਲਕੀ ਫੁਲਕੀ ਚੀਜ਼ ਖਾਣ ਦਾ ਸਮਾਂ ਹੈ। ਤੰਬੂ ਵਿਚ ਮਿੱਠੀ ਗਾਜਰ ਦਾ ਸੁਆਦ ਹੋਰ ਹੀ ਸੀ।
ਇਹਦੇ ਵਿਚ ਦਲੇਰੀ ਵਾਲੇ ਕੰਮ ਦਾ ਅਤੇ ਛੁੱਟੀਆਂ ਦਾ ਸੁਆਦ ਸੀ।

Time for a snack thought Floppy. The sweet carrot tasted different in a tent. It tasted of adventure and holidays.

ਫ਼ਲੌਪੀ ਨੇ ਆਪਣੀ ਬਹਾਦਰਾਂ ਵਾਲੀ ਟੋਪੀ ਪਹਿਨ ਲਈ।
ਹੁਣ ਉਹਨੂੰ ਕੋਈ ਵੀ ਹਰਾ ਨਹੀਂ ਸਕਦਾ ਸੀ।

Floppy put on his hero's cape.
Nobody could beat him now.

ਫ਼ਲੌਪੀ ਨੇ ਟਾਰਚ ਜਗਾ ਕੇ ਇਹਦੀ ਰੋਸ਼ਨੀ ਆਪਣੇ ਸਰਾਹਣੇ ਦੇ ਪਿੱਛੇ,
ਕੰਬਲ ਦੇ ਹੇਠ, ਆਪਣੇ ਪਹੁੰਚੇ ਵਿਚ ਅਤੇ ਮੂੰਹ ਵਿਚ ਵੀ ਪਾਈ।

Floppy shone his torch behind the pillow, under the blanket, through his paw and even into his mouth.

ਛਾਂ ਨਾਲ ਉਹਨੇ ਜਾਨਵਰਾਂ ਦੀਆਂ ਅਤੇ
ਚੱਕ ਮਾਰਨ ਵਾਲੇ ਰਾਖਸ਼ਾਂ ਦੀਆਂ ਸ਼ਕਲਾਂ
ਬਣਾਈਆਂ। ਫਿਰ ਅਚਾਨਕ...

He made shadow animals and snapping monsters.
Then suddenly...

ਹਨ੍ਹੇਰਾ!

ਟਾਰਚ ਬੁਝ ਗਈ ਸੀ ਅਤੇ ਤੰਬੂ ਹੁਣ ਪਹਿਲਾਂ ਵਰਗਾ ਨਹੀਂ ਲਗਦਾ ਸੀ।

ਹਰ ਚੀਜ਼ ਦੀ ਆਵਾਜ਼ ਵੀ ਬਦਲ ਗਈ ਸੀ। ਰਾਤ ਅਜੀਬ ਅਜੀਬ ਆਵਾਜ਼ਾਂ ਨਾਲ ਗੂੰਜਣ ਲੱਗੀ ਸੀ। ਉੱਲੂ ਦੀ ਚੀਕ ਵੂਅਅਅ! ਡੱਡੂ ਦੀ ਗੜੈਂ ਗੜੈਂ, ਪਰ ਕੀ ਇਹ ਡੱਡੂ ਦੀ ਨਕਲ ਕਰਨ ਵਾਲੀ ਕੋਈ ਬਿੱਲੀ ਤਾਂ ਨਹੀਂ ਸੀ? ਲੂੰਬੜੀ ਵਰਗੇ ਦੰਦਾਂ ਵਾਲੀ ਵੱਡੀ ਸਾਰੀ ਬਿੱਲੀ। ਫ਼ਲੌਪੀ ਤੋਂ ਹੋਰ ਨਾ ਸੁਣਿਆ ਗਿਆ, ਅਤੇ ਉਹਨੇ ਆਪਣੇ ਕੰਨ ਬੰਦ ਕਰ ਲਏ।

DARKNESS!

The torch had gone out and the tent didn't feel the same anymore.

Everything sounded different too. Strange noises filled the night. The screech of an owl WHOOO! The croak of a frog, or was it a cat pretending to be a frog. A great big cat, with teeth like a fox.

Floppy couldn't bear to hear any more, so he stuffed his ears.

ਅਚਾਨਕ ਉਹਨੇ ਕੋਈ ਕਾਲੀ ਸ਼ਕਲ ਦੇਖੀ ਅਤੇ ਫਿਰ ਇਕ ਹੋਰ। ਉਹ ਉਹਦੇ ਵਲ ਆ ਰਹੀਆਂ ਸਨ ਅਤੇ ਵੱਡੀਆਂ ਹੁੰਦੀਆਂ ਜਾਂਦੀਆਂ ਸਨ।

"ਮਦਦ," ਫ਼ਲੌਪੀ ਫੁਸਫੁਸਾਇਆ, "ਹਨ੍ਹੇਰਾ ਮੈਨੂੰ ਫੜਨ ਆ ਰਿਹੈ!"

Suddenly he saw a dark shape and then another. They were coming towards him, getting bigger and bigger.

"HELP," whispered Floppy, "the darkness is coming to get me!"

ਉਹ ਓੜ੍ਹਨੀ ਦੇ ਹੇਠਾਂ ਵੜ ਗਿਆ, ਅਤੇ ਹੋਰ,
ਹੋਰ, ਹੇਠਾਂ ਧਸਦਾ ਗਿਆ, ਪਰ ਹਾਲੇ ਵੀ
ਹਨ੍ਹੇਰਾ ਉਹਨੂੰ ਫੜਨ ਆ ਰਿਹਾ ਸੀ।

He dived under the covers,
deeper and deeper, but
still the darkness was
coming to get him.

“ਆਹਹਹ!” ਫ਼ਲੌਪੀ ਚੀਕਦਾ ਹੋਇਆ ਤੰਬੂ ਵਿਚੋਂ ਭੱਜਿਆ, ਅਤੇ ਉਹ ਵੀ ਕਿਸੇ ਜੰਗਲੀ ਰਾਖਸ਼਼ ਵਰਗਾ ਦਿਸਦਾ ਸੀ।

“AAHHH!” screamed Floppy as he stormed out of the tent looking like a wild wood monster.

"ਹਨ੍ਹੇਰੇ ਨੇ ਮੈਨੂੰ ਫੜਨਾ ਚਾਹਿਆ," ਫ਼ਲੌਪੀ ਸਿਸਕਿਆ।
"ਕੋਈ ਗੱਲ ਨਹੀਂ," ਡੈਡ ਨੇ ਉਹਨੂੰ ਤਸੱਲੀ ਦਿੱਤੀ। "ਅਸੀਂ ਤੇਰੇ ਤੰਬੂ ਵਿਚ ਤੇਰੇ ਨਾਲ ਰਹਾਂਗੇ।"

"The darkness tried to get me," sobbed Floppy.
"It's alright now," dad comforted him. "We'll stay with you in your tent."

"ਸਾਨੂੰ ਨੀਂਦ ਨਹੀਂ ਆ ਰਹੀ ਸੀ, ਇਸ ਲਈ ਅਸੀਂ ਬਾਹਰ ਆ ਗਏ," ਮੰਮੀ ਨੇ ਕਿਹਾ। "ਅਤੇ ਫਿਰ ਅਸੀਂ ਕਿਸੇ ਜੰਗਲੀ ਰਾਖਸ਼ ਨੂੰ ਤੇਰੇ ਤੰਬੂ ਵਿਚੋਂ ਬਾਹਰ ਭੱਜਿਆ ਜਾਂਦਾ ਦੇਖਿਆ।"
"ਵੈਸੇ ਮੈਨੂੰ ਪਤਾ ਸੀ ਕਿ ਇਹ ਤੂੰ ਹੀ ਸੀ," ਡੈਡ ਨੇ ਡੀਂਗ ਮਾਰੀ।
"ਪਰ ਤੇਰੇ ਗੋਡੇ ਕੰਬ ਰਹੇ ਸਨ," ਮਾਂ ਨੇ ਉਹਨੂੰ ਯਾਦ ਦੁਆਇਆ।
ਫ਼ਲੌਪੀ ਜ਼ੋਰ ਨਾਲ ਹੱਸਿਆ: "ਜੰਗਲੀ ਰਾਖਸ਼ ਹੁੰਦਾ ਹੀ ਨਹੀਂ। ਗਰਰਰ!"

"We couldn't sleep so we came outside," said mum. "And then we saw a wild wood monster running from your tent."
"Of course I knew it was you," boasted dad.
"But your knees were trembling," mum reminded him.
Floppy shrieked with laughter. "There's no such thing as a wild wood monster. Grrrr!"